இளைஞர்களுக்கு
தந்தை பெரியார் வரலாறு

நாரா நாச்சியப்பன்

ரிதம்

ரிதம் வெளியீடு

**இளைஞர்களுக்கு தந்தை பெரியார் வரலாறு
நாரா. நாச்சியப்பன் ©**

**Ilaigargalukku Thanthai Periyar Varalary
Nara. Nachiyappan ©**

1st Edition: Jan 2024
Pages: 32   Price: Rs. 45
ISBN: 978-93-93724-88-5

Published by:
Rhythm Veliyeedu
New No.58, Old No.26/1, 1st Floor,
Alandur Road, Saidapet,
Chennai - 600 015, Tamil Nadu, INDIA
Ph : (044) 2381 0888, 2381 1808, 4208 9258
E-mail : senthil@rhythmbooks.in
Web : www.rhythmbooksonline.com

Book Layout & Cover Design
Visual Vinodh - 9500149822

முன்னுரை

என் கண்மணிகளே! அன்புக் குழந்தைகளே! இப்போது உங்களுக்கு ஒரு வரலாறு சொல்லப் போகிறேன்.

இது நம் பெரியாருடைய வரலாறு. உங்கள் பாடப் புத்தகத்தில் பெரிய பெரிய தலைவர்களைப் பற்றி நீங்கள் படித்திருப்பீர்கள். அவர்களுக்கும், நமது பெரியாருக்கும் மிகப் பெரிய வேறுபாடு உண்டு.

தமிழ் மக்களின் தாழ்வுக்குக் காரணமாக இருந்தவை சாதிகளும், மதங்களுமே ஆகும். பல பெரியவர்கள் சாதி வேற்றுமை கூடாது என்றார்கள். மதவெறியைப் பல அறிஞர்கள் கண்டித்திருக்கிறார்கள்.

நமது பெரியார் இராமசாமியோ சாதிகளே கூடாது என்றார். மதங்களை ஒழிக்க வேண்டும். இவற்றிற்குக் காரணமான கடவுளை ஒழிக்க வேண்டும் என்றெல்லாம் கூறினார்.

இதுவரை இந்த மாதிரி துணிச்சலாகப் போராடியவர்கள் யாரும் இல்லை. நமது பெரியார் இராமசாமி தான் இவ்வாறு புதுமையாகப் போராடினார்.

அவர் வாழ்ந்த காலம் முழுவதும் இந்த நோக்கங்களுக்காகவும், தமிழ் மக்களின் நல்வாழ்வுக்காகவும் அயராமல் போராடினார்.

அவருடைய வரலாறு ஒரு வீர வரலாறு, அவருடைய வரலாறு ஓர் அறிவு வரலாறு. அவருடைய வரலாறு ஓர் எழுச்சி வரலாறு.

இந்த வரலாற்றை நீங்கள் படித்தால் நம் தமிழ் மக்கள் எவ்வாறு முன்னேறினார்கள், எவ்வாறு உயர்வடைந்தார்கள் என்பதைத் தெளிவாக அறிந்து கொள்ளலாம்.

உள்ளே...

1. பெரியாரின் பெற்றோர் 5
2. செல்லப் பாட்டி 6
3. பெரியாரின் துணைவியார் 8
4. பெரியார் சாமியார் ஆனார் 11
5. பொது வாழ்க்கை 17
6. வைக்கம் போராட்டம் 19
7. குருகுலப் போராட்டம் 21
8. தன்னாட்சிக் கொள்கை 23
9. இந்தி எதிர்ப்புப் போராட்டம் 24
10. வெளிநாடுகளில் பெரியார் 26
11. மணியம்மையார் 29
12. பெருமைக்குரிய பெரியார் 31

பெரியாரின் பெற்றோர்

பெரியார் இராமசாமி 1879ம் ஆண்டு செப்டம்பர் மாதம் 17ம் நாள் பிறந்தார். அவருடைய ஊர் ஈரோடு. அவருடைய தந்தையார் பெயர் வெங்கட்டர். தாயார் பெயர் சின்னத் தாயம்மாள். சின்னத் தாயம்மாளை அவருடைய பெற்றோர்கள் அன்பாக முத்தம்மா என்று அழைப்பார்கள்.

வெங்கட்டர் ஏழைக் குடியில் பிறந்தார். அவர் தந்தை பெரியார். இளம் வயதில் தந்தையை இழந்தார். தாயாரும் சிறிது காலம் சென்றதும் இறந்து போனார். அவருக்குப் பனிரெண்டு வயது நடக்கும் போதே கூலி வேலை செய்து பிழைத்தார். வெங்கட்டருக்கு 18 வயது ஆகும் போது திருமணம் நடந்தது. சின்னத் தாயம்மாள் ஓரளவு வசதி படைத்த குடும்பத்தைச் சேர்ந்தவர். இருந்தாலும் வேலைகள் அவரும் குடும்பச் செலவுக்காக கூலி செய்தார். இருவருக்கும் கிடைத்த மிகச் சிறிய வருவாயில் மிச்சம் பிடித்து வெங்கட்டர் வண்டியும் மாடுகளும் வாங்கினார். பிறகு ஒரு சிறிய மளிகைக் கடை வைத்தார். அவருடைய ஓயாத உழைப்பினாலும், சின்னத் தாயம்மாள் உதவியாலும் மளிகைக்கடை சில ஆண்டுகளில் மண்டிக்கடை ஆயிற்று. மிகப் பெரிய செல்வர் ஆகிவிட்டார்.

ஒரு மரம் பழுத்து விட்டால் காக்கைகளும், குருவிகளும், அணிலும், வெளவாலும் வந்து சேரும். அதுபோல வெங்கட்டர் பணக்காரர் ஆனவுடன் பண்டிதர்களும், பாகவதர்களும், பக்தர்களும் அவரைத் தேடி வந்தார்கள்.

உழைப்பினால் வந்த பணத்தை கடவுள் அருளால் வந்ததென்று அவர்கள் கூறினார்கள். மேலும் கோயில் திருவிழா என்று தருமம் செய்தால் புண்ணியம் கிடைக்கும் என்றார்கள். வெங்கட்டருக்கு இரண்டு குழந்தைகள் பிறந்து இறந்து போயின. தொடர்ந்து பத்து ஆண்டுகள் பிள்ளை பிறக்கவில்லை. இதனால் அவர்கள் பக்தியுடன் பிள்ளை வரம் கேட்டு விரதம் இருந்தனர்.

பத்து ஆண்டுகள் கழித்து முதல் பிள்ளையாக கிருஷ்ணசாமி பிறந்தார் அதன்பின் இரண்டாண்டுகள் கழித்து இராமசாமி பிறந்தார்.

இந்த இரண்டு பிள்ளைகளும், வெங்கடாசலபதி அருளால் கிடைத்த செல்வங்கள் என்று அவர்கள் நம்பினார்கள். வெங்கட்டர் பக்தராக இருந்த தோடு நேர்மையானவராகவும், உண்மையானவராகவும் விளங்கினார். இதனால் அவர் ஈரோடு. கோயமுத்தூர் பகுதிகளில் பெயரும், புகழும் உடையவராக விளங்கினார். அவருடைய பிள்ளைகளும் மக்களால் "நாயக்கர் மக்கள்" என்று பெருமையாக அழைக்கப்பட்டார்கள்.

"நாயக்கர்" என்பது சாதிப் பெயர். ஆனால் அந்தப் பகுதிகளில் நாயக்கர் என்ற சொன்னால் வெங்கட்டர் ஒருவரையே குறிக்கும். அவ்வளவு புகழுக்குரியவராக அவர் விளங்கினார்.

செல்லப் பாட்டி

வெங்கட்டருடைய சிற்றன்னை கணவனை இழந்தவர். அவருக்குப் பிள்ளை கிடையாது. ஆகவே, இராமசாமியைத் தன் வீட்டிற்கு அழைத்துச் சென்று வளர்த்து வந்தரர். சிறிய பாட்டியின் செல்லம் இராமசாமியை ஒரு முரடன் ஆக்கி விட்டது. பாட்டி வசதியில்லாதவர். ஆகவே, இராமசாமிக்குப் பழஞ்சோறும். சுண்டற்குழம்பும் தான் உணவாகக் கிடைக்கும். இராமசாமிக்கோ வடை, வேர்க்கடலை, பட்டாணி போன்ற தீனிகளில் ஆசை அதிகம். பாட்டியிடம் காசு கிடைக்காது. ஆகையால், ஓசி வாங்கியும், தெருவில் சிந்திக் கிடப்பதைப் பொறுக்கித் தின்றும் தன் ஆசையைத் தணித்துக் கொள்வார்.

இராமசாமிக்கு ஆறுவயது ஆகும் போது திண்ணைப் பள்ளிக் கூடத்தில் படிக்கத் தொடங்கினார். பள்ளிக்குப் போகும் பொழுது தாழ்ந்த சாதிக்காரர்கள் வீட்டில் தண்ணீர் வாங்கிக் குடிப்பது வழக்கம். இதைக் கேள்விப்பட்டபோது. அவருடைய தாயார் மிக வருந்தினார். பார்ப்பனர்களுக்கு அடுத்த பெரிய சாதியாக, தங்கள் சாதியை நினைத்துக் கொண்டிருந்த தாயாரால் இதைப் பொறுக்க முடியவில்லை. வேறு சாதியார் வீட்டிலோ சாயபுமார் வீட்டிலோ சாப்பிடக்கூடாது என்பதிற்காக சில சமயங்களில் காலில் விலங்குக்கட்டை போட்டு விடுவார்கள். அந்தக் கட்டையையும் தோளில் சுமந்து கொண்டு மற்ற பிள்ளைகளுடன் விளையாடப் போய்விடுவார்.

சிறிய பாட்டியின் வளர்ப்பில் இராமசாமி "அடங்காப் பிடாரி" ஆகி விட்டார். அதனால் பாட்டியின் வளர்ப்பு சரியில்லை என்று தாய் தந்தையர் எண்ணினார்கள். அந்தப் பாட்டிக்கு இராமசாமியைத் தத்து எடுத்துக் கொள்ள ஆசையாய் இருந்தது. பாட்டி ஏழை என்பதாலும், கண்டித்து வளர்க்கவில்லை என்பதாலும், சின்னத்தாயம்மாள் அதற்கு அதற்கு ஒப்புக் கொள்ளவில்லை.

திண்ணைப் பள்ளிக்கூடத்தில் மூன்று ஆண்டுகள் படித்தார். பிறகு அவர் ஆங்கிலப் பள்ளிக்கு அனுப்பப் பட்டார். அங்கு சென்றும், அவருடைய குணம் மாறவில்லை. குறும்பு செய்வதும், கூடப்படிக்கும் மாணவர்களை வம்புக்கு இழுப்பதும், அடிப்பதும் வழக்கமாகி விட்டது. ஒரு நாள் தண்டிக்க வந்த ஆசிரியரையே அடித்து விட்டார்.

ஒரு மாணவன் எப்படி இருக்கக் கூடாதோ அப்படி இருந்த இராமசாமியை பள்ளிக்கூடத்திலிருந்து நிறுத்தி விட்டார்கள். பத்து வயதோடு அவருடைய படிப்புக்கு முற்றுப் புள்ளி வைக்கப்பட்டது.

அதன் பிறகும் அவர் தன் குறும்புத் தனத்தை விடவில்லை. வீட்டிற்கு வந்து இராமாயணம். பாகவதம் படிக்கும் பண்டிதர்களிடம் குறுக்குக் கேள்வி கேட்பார்.

உலகத்தைப் பாயாகச் சுருட்டிய இராட்சதன் எங்கே நின்று கொண்டு சுருட்டினான் என்று கேட்பார். பாகவதர் பதில் சொல்லத் தெரியாமல் விழிப்பார்.

எதிரில் நின்று சண்டையிட முடியாமல் மறைந்திருந்து வாலியின் மீது அம்பு விட்ட இராமன் வீரன்தானா? என்று கேட்பார். பண்டிதர்கள் மழுப்புவார்கள்.

இப்படி புராணங்களில் உள்ள நம்பத்தகாத செய்திகளையெல்லாம் அப்பட்டமான தனது பகுத்தறிவால் அந்தச் சின்ன வயதிலேயே தட்டிக் கேட்டார்.

ஒரு நாள் இராமநாத அய்யர் என்பவரின் கடைக்குச் சென்றார். அவர் 'எல்லாம் தலை விதிப்படிதான் நடக்கும்' என்று அடிக்கடி சொல்வார். அவர் கடையில் வெயிலுக்காக வைத்திருந்த தட்டியின் காலைக்கீழே தள்ளி விட்டார். உடனே தட்டி கீழே சாய்ந்தது. அது இராமநாதய்யர் தலையில் விழுந்தது. தலைவிதி உன் தலையில் தட்டியைத் தள்ளி விட்டது. என்னை ஏன் அடிக்க வருகிறாய்? என்று சொல்லிக்கொண்டே ஓடி விட்டார், இராமசாமி!

வெங்கட்டர் உழைத்து முன்னேறியவர். அனுபவப் படிப்பால் உயர்ந்தவர். தன் மகன் படிப்பை நிறுத்திய அவர் கடையில்

நாரா. நாச்சியப்பன் 7

வேலைக்கு வைத்துக் கொண்டார். அதன் பிறகு இராமசாமி பொறுப்புள்ளவராக மாறினாலும், புராணங்களைக் கிண்டல் செய்வதும், பண்டிதர்களை மட்டம் தட்டுவதும் ஒரு பொழுது போக்காக வைத்துக் கொண்டார்.

இராமசாமிப் பெரியாரின் அண்ணன் கிருஷ்ணசாமி. அவர் மூத்த பிள்ளை. பத்து ஆண்டுகள் கழித்துப் பிறந்தவர். விரதங்கள், நோன்புகள் இருந்து, வெங்கடாசலபதியை வேண்டிக் கொண்ட பின் பிறந்தவர். எனவே பெற்றோருக்கு அவர் மீது ஆசை மிகுதி.

கிருஷ்ணசாமி மத பக்தியுள்ளவர். அடக்கமானவர். தாய தந்தையர் சொன்னபடி நடப்பவர்.

அவர் தொடர்ந்து படித்துப் பெரிய புலவராக விளங்கினார். சித்த மருத்துவம் படித்து அதில் நல்ல தேர்ச்சிபெற்றார். பணக்காரருடைய பிள்ளையாக இருந்ததால், அவர் மக்களுக்கு ஊதியம் எதிர்பார்க்காமல் மருத்துவம் பார்த்தார்.

தம் தந்தையாரைப் போலவே புலவர்களை மதித்து நடந்தார். அவர்களை ஆதரித்து வந்தார்.

பக்தராகவும், புலவராகவும். சித்த மருத்துவராகவும் சிறந்த புகழ் பெற்றார் கிருஷ்ணசாமி.

பிற்காலத்தில் தம்பியின் கொள்கைகளே நாட்டுக்கு நன்மை செய்யும் என்று உணர்ந்தார். அவரும் பெரிய சீர்திருத்தக்காரராக மாறிவிட்டார்.

பழமையைப் போற்றுபவர்களும், கடவுள் கொள்கையுள்ளவர்களும் இராமசாமியை வெறுப்பது போல் கிருஷ்ணசாமியையும் வெறுக்கலாயினர்.

பெரியாரின் துணைவியார்

இராமசாமிக்கு திருமணம் செய்ய பெற்றோர் எண்ணினார்கள். அவருடைய மாமன் மகள் நாகம்மை. மாமன் பணக்காரர் அல்லர். எனவே, பெற்றோர் வேறு பெண் பார்த்தனர். அந்த காலத்தில் பெற்றோர் விருப்பப்படிதான் திருமணம் நடக்கும். ஆனால் நமது பெரியார் இராமசாமி நாகம்மையைத்தான் திருமணம் செய்து கொள்வேன் என்று உறுதியாகச் சொல்லிவிட்டார். தான் சரி என்று நினைத்தால் அதை அப்படியே செய்வதுதான் அவர் வழக்கம். வேறு யார் என்ன சொன்னாலும் ஒப்புக் கொள்ள மாட்டார்.

நாகம்மாவின் பெற்றோர் தங்கள் தகுதிக்கு ஏற்ற மாப்பிள்ளையைத் தேடினர். ஒரு கிழவருக்கு மூன்றாம் தாரமாக மணம் பேசினர். இதை அறிந்த நாகம்மையார் பெற்றோரிடம் இராமசாமியைத் தவிர வேறு யாரையும் திருமணம் செய்து கொள்ள மாட்டேன். இல்லாவிட்டால் இறந்து போவேன் என்று உறுதியாகச் சொல்லி விட்டார். பதின்மூன்றே வயதான அந்தச் சிறுவயதில் அம்மையார் அவ்வளவு தெளிவாக இருந்தார்.

இரண்டு வீட்டிலும் பெற்றோர்கள் நினைத்தது நடக்க வில்லை. இராமசாமிப் பெரியார் நாகம்மையாரைத் திருமணம் செய்து கொண்டார்.

இராமசாமியின் பெற்றோர் பெருமாளை வணங்குபவர்கள். எனவே, தீவிரமான சைவர்கள். அதாவது, புலால் உண்ணாதவர்கள். நாகம்மையார் தாய் வீட்டில் மாமிச உணவு உண்பது வழக்கம். மாமியார் கட்டளைப்படி சைவத்திற்கு மாறிவிட்டார். மாமியார் சொன்னபடி கோயிலுக்குச் செல்வதும் நோன்பு விரதம் என்று பட்டினி கிடப்பதும் பெரியாருக்குப் பிடிக்கவில்லை. இந்த மூடப்பழக்க வழக்கங்களை மாற்ற முடிவு செய்தார்.

சின்னத்தாயம்மாளின் பிள்ளையாகப் பிறந்த இராமசாமி அவருக்குப் பிடிக்காத பழக்கங்கள் உள்ளவர். நான்கு அய்ந்து நாட்கள் அவர் தொடர்ந்து குளிப்பதில்லை. நாள் கிழமை பாராமல் மாமிச உணவு சாப்பிடுவார். வேறு சாதிக்காரர்கள் வீட்டில் எது கிடைத்தாலும் ஆசையாகச் சாப்பிடுவார். இதனால் அவருடைய தாயார் அவரைத் தொடக்கூடமாட்டார். தொட்டால் தீட்டு ஒட்டிக் கொண்டு விடுமாம். ஏதாவது தின்பண்டம் கொடுக்கும் போது மகன் கையில் தன் கை படாமல் உயரத்தில் தூக்கிப் போடுவார். இராமசாமியோ வேண்டும் என்றே அந்தக் கையை எட்டிப் பிடிப்பார். தீட்டு தீட்டு என்று சொல்லிக் கொண்டு குளித்து விட்டுத் தான் மறுவேலை பார்ப்பார் அவருடைய தாயார்.

மகனைப் போல் மருமகளும் மாறிவிடக் கூடாது என்பதில் சின்னத்தாயம்மாள் கவனமாக இருந்தார். அவளை எப்படியும் மாற்றி விடுவது என்பதில். இராமசாமியார் தீவிரமாக இருந்தார்.

நாகம்மையார் நோன்பிருக்கும் நாளில்தான் மாமிச உணவு சமைக்கச் சொல்லி கட்டாயப் படுத்துவார். கணவன் சொல்லை மீற முடியாமல் சமைத்துச் சாப்பாடு போடுவார். அதன்பின் குளித்து விட்டு மற்றவர்களுக்குச் சமைப்பார். அவர் சமைத்து வைத்த சோற்றுப் பானைக்குள் எலும்புத் துண்டை புதைத்து விட்டு நழுவி விடுவார் இராமசாமி. நாகம்மையார் சாப்பிடும் போது எலும்பு

வெளியே வரும். நோன்பு கெட்டுவிடும். அடிக்கடி இந்த மாதிரி நடக்கவே மாமியார் மருமகளை அழைத்து "இனிமேல் நீ விரதம் இருக்க வேண்டாம்" என்று சொல்லிவிட்டார்.

குறும்புத்தனமாகப் பல செயல்கள் செய்து நாகம் மையாரைப் படிப்படியாக மாற்றிக் கொண்டு வந்தார். முதலில் விரதம் நின்றது. அடுத்தபடி கோயிலுக்குப் போவதுநின்றது. கடைசியாகத் தாலியையும் கழற்றிவிட்டார்.

ஒரு நாள் இரவு தாலியைக் கழற்றும் படி கூறினார். "அய்யய்யோ கூடாது" என்று அலறினார் அம்மையார். கணவன் பக்கத்தில் இருக்கும்போது தாலி அணியக்கூடாது. கணவன் வெளியூர் போயிருக்கும் போதுதான் தாலியைக் கட்டிக் கொள்ள வேண்டும். இதுதான் முறை, என்று சொன்னார். அதை உண்மை என்று நம்பி, நாகம்மையார் தாலியைக் கழற்றிக் கொடுத்தார். அதை வாங்கிச் சுவரில் தொங்கும் சட்டைப் பைக்குள் போட்டுக் கொண்டார். காலையில் நாகம்மையார் கண் விழிக்கும் முன்பு வெளியில் புறப்பட்டுச் சென்று விட்டார். அவர் மாட்டிக் கொண்ட சட்டையோடு தாலியும் வெளியே போய்விட்டது.

மறுநாள் நாகம்மையார் தாலி இல்லாமலே இருந்தார். இதைக் கண்ட மாமியார் "தாலி எங்கே?" என்று கேட்டார். / இந்த நேரத்தில் பக்கத்துவீட்டுப் பெண்களும் கூடி விட்டார்கள். அப்போது நாகம்மையார், "கணவர் பக்கத்தில் இருக்கும் போது தாலி வேண்டியதில்லை. அவர் வெளியூருக்குப் போகும் போதுதான் கட்டிக் கொள்ள வேண்டும்" என்றார். கணவனுக்கு ஏற்ற பெண்டாட்டி என்று கூறி அந்தப் பெண்கள் சிரித்தார்கள் சின்னத் தாயம்மாள் சீற்றம் கொண்டாள்.

கல்வி அறிவில்லாத நாகம்மையார் நாளடைவில் பெரியாரை நன்கு புரிந்து கொண்டார். அவர் செய்வதெல்லாம், மூடத் தனத்தையும், தீமைகளையும். ஒழிக்கும் நல்ல பணி என்று அறிந்து கொண்டார். பெரியாரின் பொதுப்பணிகள் எல்லாவற்றிலும் துணையாக இருந்தார்.

எல்லா வகையிலும் பெரியார் இராமசாயோடு ஒத்துழைத் தார் நாகம்மையார். ஆனால் ஒரே ஒரு வகையில் மட்டும் கடைசி வரை மாறுபட்டவராகவே விளங்கினார். (வீட்டிற்கு வரும் விருந்தாளிகளையும் இயக்கத் தொண்டர்களையும் சாப்பிடச் சொல்லும் பழக்கம் துவக்கத்தில் பெரியாருக்குக் கிடையாது.) எல்லா வகையிலும் சிக்கனமாக இருக்க வேண்டும் என்பது அவர் கூடப் பிறந்த குணம். ஆனால் நாகம்மையார் வீட்டிற்கு யார் வந்தாலும்

சாப்பாடு போடாமல் அனுப்புவது கிடையாது. இரவு பகல் எந்த நேரமானாலும் வீட்டிற்கு வந்தவர்களை உபசரித்து அனுப்புவார் அம்மையார். நாகம்மையார் பண்பாட்டின் எடுத்துக்காட்டாக விளங்கினார். விலை உயர்ந்த புடவைகள் வேண்டும் என்றோ, நகைகள் அணிய வேண்டும் என்றோ. அலங்காரம் செய்து கொள்ள வேண்டும் என்றோ அவர் நினைத்தது கிடையாது. வீட்டிற்கு வந்தவர்கள் யாராக இருந்தாலும் அவர்களுக்கு விருந்திட்டு மகிழ்வது அவர் பிறவிக் குணமாய் இருந்தது. மாறுபட்ட கருத்தோடு தம் கணவருடன் சண்டை போடுபவர்கள் கூட சாப்பிட்ட பிறகு தான் செல்வார்கள்.

நாகம்மையாரின் விருந்தோம்பல் பண்பு, நாளடைவில் பெரியாரையும் திருத்திவிட்டது. பிற்காலத்தில் தன்னைத் தேடி வருபவர்களை உணவுண்ணச் செய்தே அனுப்புவார்.

இந்நூலாசிரியர் தம் இளமைக் காலத்தில் பெரியாரைக் காணச் சென்றார். நண்பகல் நேரமாக இருந்ததால், பெரியார் வற்புறுத்திச் சாப்பிடச் செய்தே அனுப்பினார்.

பெரியார் நாகம்மையாரை அறிவுக் கொள்கைக்கு மாற்றினார். நாகம்மையார் பெரியாரை அன்புக் கொள்கைக்கு மாற்றினார்.

ஒருவரை ஒருவர் நன்கு புரிந்து கொண்டு வாழ்ந்தனர். அதனால் அவர்கள் இல்லற வாழ்க்கை இன்ப வாழ்க்கையாக அமைந்தது.

பெரியார் சாமியார் ஆனார்

திருமணம் நடந்து இரண்டு ஆண்டுகள் ஓடின. இராமசாமி நாகம்மை ஆகியோருக்கு ஒரு பெண் குழந்தை பிறந்தது. அய்ந்து மாதம் உயிரோடு இருந்தது. பிறகு இறந்து போயிற்று. அதன்பின் குழந்தையே பிறக்கவில்லை. அவருடைய குறும்புகள், முரட்டுத் தன்மை அவரை விட்டுப் போகவில்லை. ஒருநாள் இராமசாமி முரட்டுத்தனமாக நடந்துகொண்டார். அவருடைய தந்தையார் பெரியார் கோபம் கொண்டு கண்டித்தார். மிகுந்த சீற்றத்தோடு அவர் கண்டித்ததில் இராமசாமியாருக்கு வெறுத்துப் போய்விட்டது.

வீட்டில் இருக்கப் பிடிக்கவில்லை. இந்தக் குடும்பமே வேண்டாம் என்று முடிவு செய்துவிட்டார். சாமியாராகிக் காசிக்குப் போகவேண்டும் என்று முடிவு செய்தார்.

நண்பர்கள் இரண்டு பேரைத் துணைக்கு கூட்டிக் கொண்டு சென்னைக்குச் சென்றார். தெருக்களில் அலையும் போது.

ஈரோட்டுக்காரர்கள் சிலரைக் கண்டு ஒளிந்து கொண்டார்கள் தங்களைத் தேடித்தான் அந்த ஈரோட்டுக்காரர்கள் வருவதாக எண்ணினர். கூட வந்த நண்பர்கள் ஊருக்குப் போய்விடலாம் என்று சொன்னார்கள். பெரியார் ஒப்புக் கொள்ளவில்லை. அவர்கள் இருவரும் தூங்கிய நேரம்பார்த்து சென்னையை விட்டுப் புறப்பட்டார்.

இராமசாமி சென்னையிலிருந்து பெஜவாடா போய்ச் சேர்ந்தார். பெஜவாடாவில் ஒரு சத்திரத்தில் தங்கினார். அங்கே இரண்டு அய்யர்கள் நண்பர் ஆனார்கள். அவர்களும் வீட்டை விட்டு ஓடி வந்தவர்களே. மூவரும் ஊருக்குள் சென்று பிச்சை எடுத்து வருவார்கள், சமைத்துச் சாப்பிடுவார்கள். மீதி நேரத்தில் சத்திரத்துத் திண்ணையில் உட்கார்ந்து அரட்டை அடிப்பார்கள். அய்யர்கள் புராணக் கதைகளைச் சொல்வார்கள். இராமசாமி அந்தக் கதைகளில் உள்ள முரண்பாடுகளை எடுத்துச் சொல்வார். அறிவுக்குப் பொருந்தாத செய்திகளை எடுத்துக் காட்டுவார். அய்யர்கள் அதற்கு தத்துவ விளக்கம் சொல்வார்கள். வாதம். காரசாரமாய் இருக்கும்.

காஞ்சிபுரம் முருகேச முதலியார் ஒரு பெரியவர். அரசு பதவியில் உள்ளவர். ஒரு அலுவலகத்தில் தலைமைக் கணக்கர். அவர் தெருவழியாகப் போகும்போது இவர்கள் மூவரும் உரையாடுவதைக் கவனித்தார். அறிவுக்கு விருந்தாய் இருந்தது. அதனால் இவர்கள் மேல் அன்பு சுரந்தது. மூவரையும் வீட்டிற்கு அழைத்துச் சென்றார். அப்போது வீட்டில் பெண்கள் இல்லை. காஞ்சிபுரம் போயிருந்தார்கள்.

"நீங்கள் என் வீட்டிலேயே இருங்கள்" என்று கூறினார். அய்யர்கள் சமையல் வேலை தெரிந்தவர்கள். அவர்கள் சமைப்பார்கள். எல்லாரும் சாப்பிட்ட பிறகு, முதலியார் அலுவலகம் செல்வார். நண்பர்கள் மூவரும் சத்திரத்து வழக்கம் போல் பிச்சை எடுக்கப் போய் விடுவார்கள். அலுவல் முடிந்து முதலியார் வீடு திரும்புவதற்கு முன்னால் இவர்கள் வீட்டிற்கு வந்துவிடுவார்கள்.

ஒருநாள் தற்செயலாக அடுப்பறைக்குள் முதலியார் நுழைந்த பொழுது, ஒரே பாத்திரத்தில் பலவகை அரிசிகள் கலந்திருப்பதைப் பார்த்தார். இது எப்படி வந்தது என்று கேட்டார். அவர்கள் பிச்சை எடுத்த விவரத்தைக் கூறினார்கள்.

"என் வீட்டிற்கு வந்த பிறகு நீங்கள் ஏன் பிச்சை எடுக்க வேண்டும். இங்குதான் வேண்டிய பொருள்கள் இருக்கின்றதே. இனிமேல் இப்படிச் செய்யாதீர்கள்" என்று கோபித்துக் கொண்டார்.

அந்தக் காலத்தில் புராணக்கதைகள் சொல்லத் தெரிந்தவர்களை மிகப் பெரிய பண்டிதர்கள் என்று மக்கள் பாராட்டுவார்கள். பெஜவாடாவில் இருந்த தமிழர்கள் இவர்களைத் தங்கள் வீடுகளில் கதாகாலட்சேபம் செய்ய அழைத்துச் செல்வார்கள். அய்யர்கள் புராணக் கதைகளை வடமொழி சுலோகங்களோடு சொல்வார்கள். தமிழில் விளக்கம் சொல்வார்கள். அவர்கள் தமிழில் சொல்லும் விளக்கத்தை இராமசாமி தெலுங்கில் சொல்வார்.. தெலுங்கில் அவர்கள் சொன்னதை மட்டும் சொல்லமாட்டார். இவருடைய கிண்டலையும் சேர்த்துச் சொல்வார். ஒரே நகைச்சுவையாக இருக்கும்.

சில நாட்களுக்குப்பின் மூன்று பேரும் காசிக்குப் போக முடிவு செய்தனர். பெஜவாடாத் தமிழர்கள் அவர்களை விட்டு விட விரும்பவில்லை. அவர்கள் சொன்ன கதைகள் அந்த மக்களுக்குப் பிடித்துப் போய்விட்டன. ஆனால் யார் பேச்சையும் கேளாமல் மூன்று பேரும் காசிக்குப் போவதிலே குறியாக இருந்தார்கள்.

காஞ்சிபுரம் முதலியார் இராமசாமியைத் தனியாக அழைத்தார். அந்த அய்யர்களோடு செல்ல வேண்டாம். இங்கேயே தங்கிவிடு என்று கூறினார். இராமசாமி கேட்கவில்லை. அதைக் கண்ட முதலியார் அவர் அணிந்திருந்த நகைகளைக் கழற்றிக் கொடுத்துவிட்டுப் போகும்படி கூறினார். வழியில் யாராவது பறித்துக் கொண்டுவிடக்கூடாதே என்று முதலியார் நினைத்தார். ஆனால் இராமசாமிக்கு முதலியார் மீதே அய்யம் தோன்றியது. இருந்தாலும் முதலியாருடைய பேச்சுக்குக் கட்டுப்பட்டார். ஒரு மோதிரத்தை மட்டும் வைத்துக் கொண்டு நகைகளை ஒரு அட்டைப் பெட்டியில் வைத்து முதலியாரிடம் கொடுத்துவிட்டார்.

இராமசாமி யாருடைய பிள்ளை என்று தெரிந்திருந்தால் முதலியார் அவரைப் போக விட்டிருக்கமாட்டார். தான் கணக்கு வேலை செய்பவர் ஒருவரின் பிள்ளை என்றே எல்லாரிடமும் சொன்னார்.

பெஜவாடா தமிழன்பர்கள் இவர்கள் மூவருக்கும் கல்கத்தாவிற்கு பயணச்சீட்டு வாங்கிக் கொடுத்தார்கள். ஆளுக்கொரு கம்பளிப் போர்வையும் சிறிது பணமும் கொடுத்து வழியனுப்பி வைத்தார்கள். கல்கத்தாவில் 15 நாட்கள் தங்கியிருந்தார்கள். செட்டியார்கள் கொடுத்த பணத்தின் உதவியால் அங்கிருந்து காசிக்குப் போய்ச் சேர்ந்தார்கள்.

காசியில் அன்ன சத்திரங்கள் நிறைய இருக்கின்றன. அங்கு போனால் சோற்றுக்குப் பஞ்சமில்லை என்று சொல்வார்கள். அதை

நம்பித்தான் இராமசாமி காசிக்குப் போக முடிவு செய்தார். ஆனால் காசிக்குப் போனபிறகுதான் உண்மை தெரிந்தது.

காசியில் சத்திரங்கள் ஏராளமாக இருந்தன. வேளை தோறும் சாப்பாடும் போட்டார்கள். ஆனால் அய்யர்களுக்கு மட்டும் தான் சோறு கிடைத்தது. மற்ற சாதியாரை உள்ளேயே விடுவதில்லை.

இந்த உண்மையை நேருக்குநேரே கண்ட போது இராமசாமிக்கு கோபம் கோபமாக வந்தது. என்ன செய்வது!

ஒரு சத்திரத்தில் காவல்காரன் அவரை வெளியே பிடித்துத் தள்ளினான். சிறிது நேரத்தில் எச்சில் இலைகளை வீதியோரத்தில் கொண்டு வந்து போட்டார்கள். பசி தாங்க முடியாத நிலையில் எச்சில் இலைகளை நோக்கி ஓடினார். சம்மணம் போட்டு உட்கார்ந்து கொண்டார். ஒவ்வொரு இலையாக வழித்து சுவைத்துச் சாப்பிட்டார். ஈரோட்டுப் பெரும் செல்வரின் பிள்ளை காசியில் எச்சில் சோறு சாப்பிட்ட கதையைக் கேட்டால் ஒரு பக்கம் வேதனையாகவும். ஒரு பக்கம் சிரிப்பாகவும் இருக்கிறதல்லவா. தந்தையார் கோபித்துக் கொண்டால் உடனே வீட்டை விட்டுப் போகத்தான் வேண்டுமா?

எத்தனை நாளைக்கு எச்சில் சோறு சாப்பிட முடியும்? தன்னைப் பார்த்தால் சாமியாராகத் தெரியவில்லை. அதனால் தான் மதிக்கமாட்டேன் என்கிறார்கள். இவ்வாறு நினைத்த இராமசாமி தலையை மொட்டை அடித்துக் கொண்டார். நெற்றியில் பட்டை அடித்துக் கொண்டார். உருத்திராட்சக் கொட்டைகளை கழுத்தில் கட்டிக் கொண்டார். ஒரு செம்பைக் கையில் ஏந்தி கொண்டு பரதேசிப் பிச்சைக்காரனாக மாறினார். அப்படியும் வாழ்க்கை நடக்கவில்லை.

ஒருநாள் ஒரு சாமியார் மடத்தின் பக்கம் சென்றார். அந்தச் சாமியார்களிடம் ஏதாவது வேலை கொடுக்கும்படி கேட்டார். சிவ பூசைக்கு வில்வம் பறித்துக் கொடுக்கும்படியும் நாள்தோறும் விளக்கேற்றி வைக்கும்படியும் அதற்கு கூலியாக ஒரு வேளை சோறு போடுவதாகவும் அந்தச் சாமியார்கள் கூறினார்கள்.

வில்வம் பறிப்பது எளிய வேலைதான். ஆனால் காலையில் எழுந்து பல் விளக்கி குளித்து திருநீறு அணிந்து கொள்ள வேண்டும். அதன் பிறகுதான் வில்வம் பறிக்க வேண்டும் மாலையில் மீண்டும் குளிக்க வேண்டும். விளக்கைத் துடைத்து புது எண்ணெய் ஊற்றி விளக்கேற்ற வேண்டும். இராமசாமியைப் பொருத்த வரையில் குளிப்பதைப் போல் தொல்லையான வேலை வேறு கிடையாது.

காசியில் குளிர் மிகுதி. அதிலும் ஐந்து ஆறு மணியைப் போல் கங்கையாற்றில் குளிப்பதென்றால் உடல் வெடவெடத்துப் போகாதா?

மடத்து சாமியார்கள் எழுவதற்கு முன்னால் இராமசாமி எழுந்துவிடுவார். குளிக்காமலே பட்டை பட்டையாக உடல் முழுவதும் திருநீறு பூசிக் கொள்வார். இந்த ஏற்பாட்டைச் செய்தவன் தலையில் இடி விழ வேண்டும், என்று நினைத்துக் கொண்டே உடல் நடுநடுங்க வில்வம் பறித்து வருவார். ஒருநாள் பெரிய சாமியார் பார்த்துவிட்டார். அவர் இவரைத் திட்ட இவர் அவரைத் திட்ட, ஒருவரையொருவர் அடித்துக் கொள்ள, மற்ற சாமியார்கள் விலக்கி விட்டார்கள். பிறகு மடத்தை விட்டுத் துரத்தி விட்டார்கள்.

காசியில் கங்கைக்கரையில் பலர் சிரார்த்தம் (இறந்தவர்களின் நினைவு நாள் சடங்கு) செய்வார்கள், அப்போது அரிசி, பழம், முதலியவற்றை பிண்டமாகப் போடுவார்கள். அந்த பிண்டத்தை வாங்கி உண்பதற்காக பிச்சைக்காரர்கள் வருவார்கள். அந்தப் பிச்சைக்காரர்களில் ஒருவராக முப்பது நாற்பது நாட்கள் சமாளித்தார் இராமசாமி.

காசி புண்ணியபூமி, அங்கு எல்லாம் உயர்வாக இருக்கும் என்று எண்ணியிருந்தார் இராமசாமி. ஆனால் இந்தியாவில் உள்ள மிக மோசமான நகரங்களில் ஒன்றாக அது இருந்தது. அந்த ஊரைவிட்டுப் புறப்பட முடிவு செய்தார்.

இடுப்புக் கயிற்றில் பத்திரமாக இருந்த ஒன்றரைப்பவுன் மோதிரத்தை 19 ரூபாய்க்கு விற்றார். அங்கிருந்து எல்லூருக்கு வந்தார். எல்லூரில் அவருக்குத் தெரிந்த நண்பர் ஒருவர் இருந்தார். அந்த நண்பரும், அவர் மனைவியும் இவர் பரதேசிக் கோலத்தைக் கண்டு சிரிப்பாய்ச் சிரித்தார்கள். அந்த நண்பர் தன் வேட்டி சட்டைகளைக் கொடுத்து உடுத்திக் கொள்ளச் சொன்னார். நண்பர் வீட்டில் இருக்கும் போது ஒரு நாள் கடைவீதி வழியாகச் சென்றார். அப்போது கடையில் எள் அளந்து கொண்டிருந்தார்கள். இராமசாமி கடைக்குள் சென்று கையில் எள்ளை அள்ளிப் பார்த்தார். என்ன விலை? என்று கேட்டார். விலையைக் கேட்டுக் கொண்டு எள்ளைப் போட்டுவிட்டுத் திரும்பி விட்டார். கடைக்காரர் அவரைக் கூர்ந்து நோக்கினார் மொட்டைத் தலையோடு இருந்தவர் யார் என்று தெரிந்து கொண்டார்.

கடைக்காரர் வெங்கட்டாருக்கு ஒரு கடிதம் எழுதினார். "ஐயா, உங்கள் பிள்ளை என் கடைக்கு வந்தார். சரக்கைப் பார்த்தார். விலையும் கேட்டார். கொள்முதல் செய்யவில்லை. என்மேல் ஆனால்

கொள்முதல் உங்களுக்கு என்ன கோபம். வேறு கடையில் ஏன் கொள்முதல் செய்ய வேண்டும்? என் மேல் நம்பிக்கை இல்லையா?"

எல்லூர்க் கடைக்காரரின் கடிதம் வெங்கட்டருக்கு மகிழ்ச்சி அளித்தது. ஓடிப் போன பிள்ளை இருக்கும் இடம் தெரிந்துவிட்டது. சின்னத்தாயம்மாளும் மற்றவர்களும் அளவு கடந்த மகிழ்ச்சி அடைந்தனர். வெங்கட்டர் உடனே எல்லூருக்குப் புறப்பட்டார். மண்டிக் கடைக்காரர் மூலம் இராமசாமி இருந்த வீட்டைக் கண்டு பிடித்தார். அந்த வீட்டின் உள்ளே நுழைந்ததும், மொட்டைத் தலையோடு எதிரில் வந்த பையனைப் பார்த்து,"என் மகன் இராமசாமி எங்கே?" என்று கேட்டார்.

"அப்பா நான்தான்!" என்றார் அந்த மொட்டைத் தலையர். "அடப்பாவி! இது என்ன கோலம்!" என்று பையனை உற்றுப் பார்த்தார். அந்த வீட்டுக்கார நண்பர் வணிகர் வெங்கட்டரை உடனே புறப்பட விடவில்லை. எனவே வெங்கட்டர் எல்லூரில் இரண்டுநாள் தங்கியிருந்தார். மூன்றாவது நாள் ஊருக்குப் போவோமா என்று தன் மகனைக் கேட்டார். அப்பொழுது பெஜவாடாவிலிருந்து ஒரு சிறிய பார்சல் வந்தது.

அஞ்சலில் வந்த அட்டைப்பெட்டியை தன் தந்தை கையில் கொடுத்தார் இராமசாமி. பெட்டியைத் திறந்து பார்த்த வெங்கட்டர் வியப்படைந்தார். காசியில் விற்ற மோதிரம் தவிர எல்லா நகைகளும் அப்படியே இருந்தன.

"அடே இராமசாமி இவ்வளவு நாளாக எப்படிச் சாப்பிட்டாய்?" என்று கேட்டார். நகைகளை ஒவ்வொன்றாக விற்றுச் செலவழித்திருக்க வேண்டும் என்று எண்ணினார். ஆனால் நகைகள் அப்படியே இருக்கவே தன் மகன் எப்படி வாழ்ந்தான் என்பது அவருக்குப் புரியவில்லை.

"அப்பா. ஈரோட்டில் நீங்கள் கொடுத்த பிச்சையை எல்லாம் மற்ற ஊர்களில் நான் வசூல் பண்ணி விட்டேன்." என்று சொன்னார் இராமசாமி. இதைத் கேட்டு எல்லூர் நண்பரும். மண்டிக் கடைகாரரும் சிரிப்பாய்ச் சிரித்தார்கள்.

அன்றே தந்தையும், மகனும் ஈரோட்டுக்குப் புறப்பட்டு வந்தார்கள்.

பொது வாழ்க்கை

வெங்கட்டர் தன் மகன் பொறுப்புள்ளவன் ஆக வேண்டும் என்பதற்காக சில ஏற்பாடுகளைச் செய்தார். முதலில் தன் கடையின் பெயரைத் தன் மகன் பெயருக்கு மாற்றினார். வெங்கட்ட நாயக்கர் மண்டி என்ற பெயர் இராமசாமி நாயக்கர் மண்டி என்று மாறியது.

ஊர்க்கோயில் நிர்வாகம், அரசு நிகழ்ச்சிகள், திருவிழாக்கள். மற்ற பொது நிகழ்ச்சிகள் எல்லாவற்றிலும் தனக்குப் பதிலாக தன் மகனையே ஈடுபடுத்தினார். மகனுக்குப் பொறுப்பு வரவேண்டும். கடவுள் பக்தி உண்டாக வேண்டும். என்றெல்லாம் எண்ணி, இந்த ஏற்பாடுகளைச் செய்தார்.

பொது நிகழ்ச்சிகளில் ஈடுபட்டபிறகு இராமசாமி தன் முரட்டுத் தனங்களைக் கைவிட்டார். பெருந்தன்மையுள்ள மனிதராக மாறிவிட்டார். தான் ஈடுபட்ட பொதுப் பணிகளில் உண்மையாகவும், நேர்மையாகவும் நடந்து கொண்டார். எந்தச் செயலையும். சிறப்பாகவும் பயனுள்ளதாகவும் செய்வதில் இவர் வல்லவர், திருக்கோயில் ஆட்சிக் குழுவில் இவர் தலைவர் ஆகும் முன் பணம் இல்லை. பல ஆண்டுகள் தலைவராக இருந்து இவர் விலகும் பொழுது 45,000 ரூபாய் இருப்பு வைத்திருந்தார். எந்தச் செயலையும் சிறப்பாகச் செய்வதோடு சிக்கனமாகவும் செய்ததால் எல்லாச் செயல்களும் நன்றாக நடந்தன.

ஈரோட்டுக் கடைக்காரர்கள் இவரையே தங்கள் தலைவராக ஏற்றுக் கொண்டனர். வணிகர்களுக்கிடையே ஏற்படும் தகராறுகளை இவரே தீர்த்து வைப்பார். பள்ளிக்கூடத்தில் தொடர்ந்து படிக்காவிட்டாலும் கணக்கில் வல்லவராக இருந்தார். எவ்வளவு பெரிய கணக்கையும் மனக்கணக்காகவே போடும் திறமையுள்ளவர்.

நகரசபைத் தலைவராகப் பெரியார் பல ஆண்டுகள் பொறுப்பேற்றிருந்தார். விடுதலைப் போராட்டத்தில் ஈடுபட்ட பிறகுதான் அந்தப் பதவியை உதறித்தள்ளினார். சிறப்பு நிதிபதியாகவும் 12 ஆண்டுகள் இருந்திருக்கிறார்.

பொது வாழ்க்கையில் இவர் எப்போதும் மக்களுக்கு நன்மைதரும் செயல்களையே செய்து வந்தார். தனக்கு என்னதுன்பம் ஏற்பட்டாலும் அதை நினைக்காமல் மக்கள் நன்மையே, எண்ணிச் செயல்படுவார். ஒருமுறை ஈரோட்டில் பிளேக் நோய் வந்தது. பிளேக் என்பது ஒரு தொற்று நோய். அந்த நோய் ஏற்பட்டவர்கள் உடனே இறந்து போவார்கள். இந்த நோய்க்குப் பயந்து ஏராளமானவர்கள்

ஊரை விட்டே ஓடிவிட்டார்கள் இறந்து போனவர்களின் பிணங்களை எடுத்துப் புதைக்கக்கூட ஆட்கள் கிடைக்கவில்லை. தனக்கு அந்த நோய் தொற்றக் கூடும் என்று தெரிந்திருந்தும் அவர் அஞ்சவில்லை. இறந்து போன பிணங்களை அவரே தனியாகக் தூக்கிக் கொண்டு போய், புதைக்க வேண்டிய இடத்தில் புதைத்து விட்டு வந்தார்.

நகர மன்றத் தலைவராக இவர் தேர்ந்தெடுக்கப்பட்ட போது பார்ப்பனர்கள் சிலரின் தூண்டுதலால் எதிர்ப்பு ஏற்பட்டது. இவர் முரடர் என்றும், பொறுப்பில்லாதவர் என்றும் சிலர் மனுக் கொடுத்தார்கள். ஆனால் இவருடைய செல்வாக்கையும் செயல்செய்யும் திறனையும் அறிந்த அதிகாரிகள் அந்தப் பொய் மனுக்களைத் தள்ளுபடி செய்து விட்டனர். அவரே நகரசபைத் தலைவர் என்று அறிவித்தனர்.

பெரியார் ஈரோட்டு நகரசபைத் தலைவராக இருந்த காலத்தில் இராஜாஜி சேலத்தில் நகரசபைத் தலைவராக இருந்தார். அப்போது அவர்களிடையே நட்பு உண்டாயிற்று.

இராஜாஜியின் மூலம் டாக்டர் வரதராஜலு நாயுடு, நண்பரானார். திரு.வி.கவும் நண்பரானார்.

1920-ம் ஆண்டு காந்தியார் ஒத்துழையாமை இயக்கம் தொடங்கினார். காந்தியார் இந்திய காங்கிரஸ் கட்சியின் தலைவர். வெள்ளைக்காரர்களை நாட்டைவிட்டே வெளியேற்ற வேண்டும். இந்தியா விடுதலை பெற வேண்டும். அதற்காக இந்தியர்கள் அரசாங்கத்தோடு ஒத்துழைக்கக் கூடாது. இதற்காக காந்தியார் பல போராட்டங்களை நடத்தினார். இராஜாஜியும், வரதராஜலு நாயுடுவும், பெரியார் இராமசாமியைக் காங்கிரஸ் கட்சியில் சேர அழைத்தார்கள்.

இந்தியா விடுதலைபெற காந்தியார் வகுத்துக்கொடுத்த திட்டங்களை தேச பக்தர்கள் அப்படியே ஏற்றுக்கொண்டனர்.

பெரியார் இராமசாமி காந்தியாரின் திட்டங்களை நிறைவேற்றி வந்தார்.

இந்தியா விடுதலைபெற கதர் கட்டவேண்டும். அயல்நாட்டுத்துணிகளை ஒதுக்க வேண்டும். மக்கள் நல்வாழ்வு பெற குடியை ஒழிக்க வேண்டும். எல்லாரும் ஒற்றுமையாக இருக்க தீண்டாமையை ஒழிக்க வேண்டும். மத வேற்றுமைகள் பாராட்டக்கூடாது. இவையெல்லாம், காந்தியாரின் வழிகள்.

இவற்றையெல்லாம் இராமசாமி அப்படியே ஏற்றுக் கொண்டார். சிற்சிலவற்றால் மாறுபட்டார்.

வைக்கம் போராட்டம்

காந்தியாருடைய கொள்கைகளை ஈரோட்டு இராமசாமி தமிழ்நாடு முழுவதும் பரப்பினார். அவருடைய சொற்பொழிவுகள் நாட்டில் விடுதலை உணர்ச்சியை உண்டாக்கின. பேசுவதோடு நிற்காமல் அவரே அதைக் கடைப்பிடித்தார்.

பட்டுவேட்டி பட்டுச்சட்டை எல்லாம் தூக்கி எறிந்தார். முரட்டுக் கதர்த் துணியை அணிந்து கொண்டார். தன் மனைவி நாகம்மையாரையும் கதர் சேலை அணியச் சொன்னார். அன்னை சின்னத்தாயம்மாளும் கூட மகன் சொன்னபடி கதர் உடுத்தினார். உற்றார் உறவினர், நண்பர் அனைவரும் அவரை மகிழ்விப்பதற்காக கதரே அணிந்தனர்.

இராமசாமி சிகரெட் குடிப்பதை நிறுத்தி விட்டார். வெற்றிலைக்கும் விடை கொடுத்தார். நாட்டு விடுதலை விரைவில் வரவேண்டும் என்பதற்காக அவர் ஓயாமல் உழைத்தார். இராட்டினத்தில் நூல் நூற்பார். கதர்த் துணி மூட்டைகளை தோளில் சுமந்து சென்று வீதிவீதியாக விற்று வருவார்.

மனிதனை மனிதன் தொடக்கூடாது. தெருவில் நடக்கக்கூடாது. கோயிலுக்குள் போகக்கூடாது. குளத்தில் தண்ணீர் எடுக்கக்கூடாது. கண்ணிலேயே படக்கூடாது. இப்படியெல்லாம், உள்ள வேற்றுமைகளைப் பார்த்துக்கொண்டு இருப்பவன் கடவுள் தானா. எத்தனை நாளைக்குத்தான் மனிதர்கள் அடங்கி ஒடுங்கிக் கிடப்பார்கள். கடவுள் இருந்தால் தீட்டு. தீண்டாமை உள்ள நாட்டை நெற்றிக் கண்ணால் எரித்துச் சாம்பலாக்க வேண்டாமா?

தீண்டாமையைப் பற்றி, தீண்டாமை ஒழிய வேண்டியதைப் பற்றி புரட்சிகரமாகப் பேசுவார். காங்கிரஸ் இயக்கத்தில் உள்ள வைதீகர்கள் இவருடைய பேச்சைக்கேட்டு அதிர்ந்து போவார்கள்.

ஒத்துழையாமை இயக்கம் தொடங்கியது. ஆங்கிலேயர் தந்த பதவிகளை விட்டுவிட வேண்டும். பட்டங்களை ஏற்றுக் கொள்ளக் கூடாது. ஆங்கிலப் பள்ளிகளில் படிக்கக் கூடாது. நீதிமன்ற வாசலில் மிதிக்கக் கூடாது. இவையெல்லாம் தீர்மானங்கள். நீதிமன்றத்திற்குப் போகக்கூடாது என்பதற்காக தனக்கு வரவேண்டிய கடனை வசூலிக்காமல் விட்டுவிட்டார் பெரியார். கள் விற்பனையைத் தடுக்க வேண்டும் என்பதற்காக தன்னுடைய தோப்பில் இருந்த அய்நூறு தென்னை மரங்களை வெட்டிச் சாய்த்தார் பெரியார்.

கள்ளுக்கடை மறியல் செய்ததற்காகப் பெரியாரை அரசாங்கம் சிறையில் அடைத்தது. உடனே நாகம்மையாரும் பெரியாரின் தங்கை கண்ணம்மாளும் மறியலை நடத்தினர்.

பம்பாயில் கூடிய ஒரு மாநாட்டில் தலைவர் மாளவியா காந்தியாரைப் பார்த்துப் பேசினார். மறியலை நிறுத்தி விட்டு அரசாங்கத்துடன் பேச்சு நடத்தலாம் என்று காந்தியாரிடம் கூறினார். அதற்கு காந்தியார் மறியலை நிறுத்த எனக்கு அதிகாரம் கிடையாது. அந்த அதிகாரம் ஈரோட்டில் உள்ள இரண்டு பெண்களிடம் இருக்கிறது என்று கூறினார்.

மலையாள நாட்டில் வைக்கம் என்ற ஓர் ஊர் இருக்கிறது. அங்கு தெருவில் தாழ்த்தப்பட்டவர்கள் நடக்கக் கூடாது என்ற கட்டுப்பாடு இருந்தது அதுவரை அடங்கிக்கிடந்த தாழ்த்தப்பட்ட மக்கள் எழுச்சி அடைந்தனர். மலையாள காங்கிரஸ் தலைவர்கள் தாழ்த்தப்பட்ட மக்களுக்காகப் போராடினார்கள். அறப்போர் நடத்திய தலைவர்களை திருவாங்கூர் அரசாங்கம் சிறையில் அடைத்தது. பெரிய பெரிய தலைவர்கள் ஒருவர் பின் ஒருவராக போராட்டத்தில் குதித்தார்கள். அடுத்தடுத்து பத்தொன்பது தலைவர்கள் சிறைக்குச் சென்றார்கள். இதனால் போராட்டம் நின்றுவிட்டது. ஜார்ஜ் ஜோசப், குரூர் நீலகண்ட நம்பூதிரி என்ற இரண்டு தலைவர்கள் பெரியாருக்குக் கடிதம் எழுதினார்கள். திருவாங்கூருக்கு வந்து வைக்கம் போராட்டத்தைத் தொடர்ந்து நடத்தும்படி அவர்கள் கேட்டுக் கொண்டார்கள்.

அந்தக்கடிதம் வந்தபோது வயிற்றுக் கடுப்பு ஏற்பட்டு பெரியார் படுக்கையில் இருந்தார். அன்று புத்தாண்டு நாள். பெரியார் எதையும் சிந்தித்துப் பார்க்கவில்லை. பயணத்திற்கு மூட்டை கட்டினார் நாகம்மையார் இதைப் பார்த்துக் கொண்டிருந்தார்.

"எனக்கு வயிற்றுவலி நின்றுவிட்டது. திருவாங்கூர் போய் வருகிறேன்" என்று சொல்லிப் புறப்பட்டு விட்டார்.

வைக்கத்திற்கு ஈரோட்டு இராமசாமி வந்திருக்கிறார் என்ற செய்தி அறிந்தார் திருவாங்கூர் மன்னர். காவல்துறை ஆணையாளரைக் கூப்பிட்டு "இராமசாமி என் நண்பர். அவருக்கு வேண்டிய வசதிகளைச் செய்து கொடுங்கள். நமது விருந்தாளியாக நடத்துங்கள்" என்று கட்டளையிட்டார்.

காவல்துறையினர் வந்தவுடன் பொதுமக்கள் கூடிவிட்டார்கள். இராமசாமியாருக்கு அவர்கள் செய்த மரியாதைகளைப் பார்த்து மலைத்துப் போனார்கள். போராட்டத்தை நிறுத்துவதற்கு இது ஒரு

புது வழியோ என்று நினைத்தார்கள். காவல்துறை அதிகாரிகள் பெரியாரைப் பார்த்து,"அரசர் உங்களுக்கு வேண்டிய வசதிகளைச் செய்து கொடுக்க உத்தரவிட்டிருக்கிறார்" என்று கூறினார்கள்.

"நான் உங்கள் அரசாங்கத்தை எதிர்த்துப் போராட வந்திருக்கிறேன். விருந்தாளியாக வரவில்லை. மன்னிக்க வேண்டும்" என்று கூறிவிட்டார் பெரியார்.

வைக்கத்தில் போராட்டத்திற்குத் தலைமையேற்று நடத்தினார். உடனே அதிகாரிகள் அவரைச்சிறையில் அடைத்தார்கள். தொடர்ந்து தோழர் அய்யா முத்து தலைமையேற்றார். அவரையும் சிறையில் அடைத்தார்கள். ஈரோட்டிலிருந்து நாகம்மையாரும் தோழர் எஸ். இராமநாதனும் வைக்கம் சென்றார்கள்.

தோழர் எஸ். இராமநாதன் கைது ஆனார். அடுத்து நாகம்மையார் போராட்டத்தை நடத்தினார். தமிழ்நாட்டுப் பெண்களும் மலையாளத்துப் பெண்களும் கூட்டம் கூட்டமாக வந்து போராட்டத்தில் ஈடுபட்டர்கள். ஒருமாதம் சிறையில் இருந்த பெரியார் விடுதலை செய்யப்பட்டார். திருவாங்கூர் எல்லைக்கு அவர் வரக்கூடாது என்று அரசாங்கம் உத்தரவிட்டது.

பெரியார் இராமசாமி தடையை மீறினார். மீண்டும் சிறையில் அடைக்கப்பட்டார். நாகம்மை -யாரும் தமிழ், மலையாளப் பெண்களும், தொடர்ந்து போராடினார்கள். கடைசியில் இந்தப் போராட்டம் வெற்றி பெற்றது. தாழ்த்தப்பட்ட மக்கள் தெருவில் நடக்க உரிமை பெற்றனர்.

அதனால் தான் தந்தை பெரியார் "வைக்கம் வீரர்" என்று திரு. வி.க.வால் பட்டம் சூட்டப்பட்டு, அழைக்கப்பட்டார்!

குருகுலப் போராட்டம்

ஆங்கிலப் பள்ளிக்கூடங்களில் கிறித்துவமதம் பரப்பப்பட்டது. அங்கே படிக்கச்சென்ற மாணவர்கள் நம்நாட்டுப் பண்பை மறந்து ஆங்கில மோகத்தில் இருந்தனர். ஆகவே, நமது நாட்டிற்கு ஏற்ற முறையில் பள்ளிக்கூடங்கள் அமைய வேண்டும் என்று நாட்டுத் தலைவர்கள் எண்ணினார்கள்.

வ.வே.சுப்பிரமணியன் அய்யர் என்ற தலைவர் தேசியத்தைப் புகுத்த குருகுலம் ஒன்றைத் தொடங்கினார். சேரன் மாதேவி என்ற ஊரில் அந்தப் பள்ளிக்கூடம் அமைந்தது.

நாட்டு விடுதலையில் ஆர்வமுள்ள தொண்டர்கள், தலைவர்கள் எல்லாரும் தங்கள் பிள்ளைகளை அந்தப் பள்ளிக் கூடத்திற்கு அனுப்பினார்கள்.

பல செல்வந்தர்கள் நன்கொடை கொடுத்தார்கள். காங்கிரஸ் கட்சியின் செயற்குழு பத்தாயிரம் ரூபாய் நன்கொடை கொடுத்தது. அப்போது பெரியார் காங்கிரஸ் கட்சியின் பொருளாளராக இருந்தார்.

பரத்வாஜ குருகுலம் என்ற அந்தப் பள்ளிக்கூடத்தில் எல்லா சாதிப் பிள்ளைகளும் சமமாக நடத்தப்படவில்லை. சாதி வேற்றுமை. மதவேற்றுமை கூடாது என்பது காங்கிரஸ் கட்சியின் கொள்கை, ஆனால் அந்தப் பள்ளிக்கூடத்தில் சாப்பாடு போடும் இடத்தில் பார்ப்பனப் பிள்ளைகள் தனி அறையில் சாப்பிட்டார்கள். மற்ற பிள்ளைகள் வேறு அறையில் உணவுண்டார்கள். இது வெளியில் தெரிந்தபோது, பல தலைவர்கள் கண்டித்தார்கள். எல்லாப் பிள்ளைகளுக்கும் ஒரே இடத்தில் ஒரே மாதிரி சாப்பாடு போடவேண்டும் என்று கூறினார்கள்.

சுப்பிரமணிய அய்யர் இதை ஒப்புக்கொள்ளவில்லை. காந்தியார் வந்து அறிவுரை சொல்லியும் அய்யர் கேட்கவில்லை.

பெரியார் இராமசாமி இதைக்கண்டித்தார். படிக்கும் பிள்ளைகளிடையே சாதி வேற்றுமை காட்டக் கூடாது என்று எடுத்துரைத்தார். குருகுலத்தில் சமபந்தி உணவு நடத்த வேண்டும் என்று ஒரு போராட்டமே நடத்தினார். இதனால் விழிப்படைந்த தமிழ்மக்கள் குருகுலத்தை வெறுத்தனர். குருகுலம் மூடப்பட்டது.

நேர்மையற்ற எந்தச் செயலும் நிலைபெறாது. என்பதற்கு இந்தக் குருகுலம் ஒரு எடுத்துக்காட்டாகும்.

குருகுலப் போராட்டத்தின் மூலம் தமிழ்மக்கள் ஒரு கருத்தைத் தெரிந்து கொண்டார்கள். பெரும்பாலான பார்ப்பனத் தலைவர்கள் சாதி ஒற்றுமையை விரும்புவதில்லை. தாங்கள் என்றென்றைக்கும் உயர்ந்த சாதியாராகவே இருக்க வேண்டும். மற்ற சாதிக்காரர்கள் கீழானவர்களாகவே இருக்க வேண்டும் என்று அவர்கள் கருதுகிறார்கள்.

இந்த உண்மையை நன்கு புரிந்து கொண்ட பெரியார் இராமசாமி பார்ப்பனர் அல்லாத தமிழர்களின் முன்னேற்றத்திற்குப் பாடுபடவேண்டும் என்று முடிவு செய்தார்.

ஒவ்வொரு வகுப்பாரும் முன்னேற வேண்டும் என்ற கருத்தை அடிப்படையாக வைத்து அவர் தொண்டு புரிந்தார்.

தன்னாட்சிக் கொள்கை

காந்தியாரின் கொள்கைகளில் நம்பிக்கை வைத்து பெரியார் காங்கிரஸ் கட்சியில் சேர்ந்தார். காங்கிரஸ் கட்சியில் தலைமை இடங்களில் எல்லாம் பார்ப்பனர்களே இருந்தனர். பார்ப்பனர்கள் அதிகாரத்தை எதிர்த்த கட்சி ஒன்று இருந்தது. அது நீதிக் கட்சி. நீதிக் கட்சி மக்களுக்கு நன்மைகள் பலவற்றைச்செய்தாலும் வெள்ளையர்களுக்கு ஆதரவு கொடுத்துக் கொண்டிருந்தது. அதன் தலைவர்களும் பெரிய செல்வர்களாக இருந்தனர். எனவே காங்கிரஸ் கட்சியைப்போல நீதிக் கட்சியை மக்கள் ஆதரிக்கவில்லை.

மக்கள் நன்மைக்காக பெரியார் தன்மான இயக்கத்தைத் தோற்றுவித்தார். தன்மான இயக்கம் அந்தக் காலத்தில் சுயமரியாதை இயக்கம் என்று அழைக்கப்பட்டது.

மக்களிடையே இருந்த வேற்றுமைகளை அடியோடு ஒழிக்கப் பாடுபட்டது. சாதி, மதம் ஆகியவை மக்களின் வாழ்க்கையைக் கெடுத்து விட்டதை ஏற்கனவே பல பெரியோர்கள் உணர்ந்திருந்தனர். ஏற்றத்தாழ்வு கூடாது என்பதை அவர்கள் வற்புறுத்தியுள்ளனர். ஆனால் பெரியார்தான் அவற்றின் அடிவேர் என்ன என்பதைக் கண்டுபிடித்தார்.

சாதிகளுக்கு ஆதாரமாய் இருப்பது மதம். மதத்திற்கு ஆதாரமாய் இருப்பவை வேதம் புராணம் சாத்திரம் ஆகியவை. இவற்றிற்கெல்லாம் அடிப்படையாய் விளங்குவது கடவுள்.

கடவுளை அல்லது கடவுள் மீது உள்ள நம்பிக்கையை அகற்றிவிட்டால் மனிதனுக்குத் தெளிவு பிறந்துவிடும். இந்தக் கருத்தை அடிப்படையாகக் கொண்டு பெரியார் வேலை செய்தார். பெரியாருடைய கொள்கைகளை ஆதாரமாக வைத்து தன்மான இயக்கம் நடைபெற்றது.

நம்நாடு ஒரே நாடாக இருக்க வேண்டும். ஏற்கனவே பல அரசுகளாகப் பிரிந்திருந்தது. சிறிய சிறிய அரசர்கள் சிறிய சிறிய பகுதிகளை ஆண்டு வந்தார்கள். அதனால் அயல்நாட்டிலிருந்து படையெடுத்து வந்தவர்கள் எளிதாக நாட்டைப் பிடிக்க முடிந்தது. இந்தியாவின் மேல் பல அன்னியப் படையெடுப்புகள் நிகழ்ந்தன. அது தவிர, உள்நாட்டுக்குள்ளேயே அரசர்கள் ஒருவர் மீது ஒருவர் பகை கொண்டனர். தொடர்ந்து போராட்டங்கள் நடந்து கொண்டேயிருந்தன. இதனால் மக்கள் வாழ்க்கை அமைதியற்றதாய் விளங்கியது. கடைசியாகப் படையெடுத்து வந்த ஆங்கிலேயர்கள்

எல்லா நாடுகளையும் சிறிதுசிறிதாகப் பிடித்து விட்டனர். அவர்களுக்கு அடங்கிக் கப்பம் கட்டிய சிற்றரசர்களை மட்டும் ஆட்சி செய்ய அனுமதித்தனர். மற்றபடி இந்தியா முழுவதையும் கைப்பற்றி ஒரே அரசாக ஆக்கி விட்டார்கள்.

எல்லா மக்களும் சமமாக நடத்தப்பட்டால் ஒரே நாடாக இருப்பது நல்லதுதான். ஆனால் வடநாட்டில் இந்து மதத்தவர்களும், முஸ்லீம் மதத்தவர்களும் வேற்றுமையை வளர்த்துக் கொண்டனர். அதனால் ஒற்றுமையாக இருக்க முடியாது என்ற நிலைமை தோன்றியது. பாகிஸ்தான் என்ற பெயரில் இந்தியா பிரிந்தது. வடநாட்டார் தென்நாட்டாரை இழிவாக நடத்தியதாலும், பொருளாதாரத்தில் வேற்றுமைப் படுத்தியதாலும், பெரியார் தனிநாடு கேட்டுப் போராடினார். இந்தப் போராட்டம் வெற்றி பெறவில்லை.

நாடு விடுதலை அடைந்த பிறகும், மத்திய அரசு அதிகாரங்களையெல்லாம் தன் கையில் வைத்துக்கொண்டது. மாநில அரசுகளுக்கு அதிகாரம் மிகக்குறைவாக உள்ளது. அதிகாரத்தைச் சமமாக்க வேண்டும். அல்லது மாநிலங்கள் தங்களைத் தாங்களே ஆண்டு கொள்ளும் உரிமையைத் தரவேண்டும் என்று பெரியார் தொடர்ந்து போராடினார். அவருடைய போராட்டம் இதுவரை வெற்றி பெறவில்லை. என்றாலும் விரைவில் மாநிலங்கள் தன்னாட்சி பெறும்.

பெரியாருடைய தன்னாட்சிக் கொள்கைக்காக இன்றைய தமிழ்மக்கள் போராடி வருகின்றார்கள். இந்தப் பணியை திராவிடர் கழகம் செய்து வருகின்றது.

தன்னாட்சி பெறுதல், மூடநம்பிக்கைகளை ஒழித்தல், சாதி, மதவேற்றுமைகளை அகற்றல், ஏற்றத்தாழ்வுகளை ஒழித்தல், எல்லா மக்களும் சமம் என்ற நிலையை உருவாக்குதல், இவை திராவிடர் கழகத்தின் கொள்கைகள். பெரியாரைப் பின்பற்றி திராவிடர் கழகம் செய்து வரும் இந்த தொண்டு நல்ல தொண்டு, இதற்கு எல்லா மக்களும் முழுக்க முழுக்க ஒத்துழைக்க வேண்டும்.

இந்தி எதிர்ப்புப் போராட்டம்

1937ஆம் ஆண்டு தமிழ்நாட்டில் ஒரு பெரிய போராட்டம் நடந்தது. அது இந்தி எதிர்ப்புப் போராட்டம். பெரியார் தலைமையில் தமிழ் மக்கள் யாவரும் ஒன்று கூடி இந்தியை எதிர்த்தார்கள்.

காங்கிரஸ் காரர்கள் இந்தியை இந்தியாவின் ஆட்சி மொழி ஆக்க வேண்டும் என்ற கொள்கையைக் கொண்டிருந்தார்கள். இதனால் மற்ற தாய்மொழிகள் வளர்ச்சி குறையும். அந்த மக்கள் பின் தங்கியவர்கள் ஆவார்கள். இதை காந்தியார் போன்றவர்கள் சிந்தித்துப் பார்க்கவில்லை. திரு ராசகோபாலச்சாரியார் அவர்கள் சென்னை மாநிலத்தின் முதல்வராக இருந்தபோது இந்தியைக் கட்டாயம் எல்லாரும் படிக்க வேண்டும் என்று சட்டம் கொண்டு வந்தார். இதைத் தமிழ்நாட்டுத் தலைவர்கள், அறிஞர்கள் எதிர்த்து வந்தார்கள்.

திருச்சியில் பெரிய இந்தி எதிர்ப்பு மாநாடு நடைபெற்றது. நாவலர் பாரதியார் தலைமையில் அந்த மாநாடு நடந்தது.

அந்த மாநாட்டில் பெரியார் தலைமையில் தமிழ்மக்கள் அனைவரும் ஒன்றாகி இந்தியை எதிர்ப்பது என்று முடிவு செய்யப் பட்டது. பள்ளிக் கூடங்களின் முன் இந்தி எதிர்ப்புக் கிளர்ச்சி நடைபெற்றது.

திருச்சிராப்பள்ளியிலிருந்து 100பேர் இந்தியை எதிர்க்கப் புறப்பட்டு வந்தார்கள். அவர்களை வழியனுப்பி வைத்து பிறகு பெரியார் தாமும் சென்னைக்கு வந்து சேர்ந்தார். சென்னைக் கடற்கரையில் எழுபதினாயிரம் தமிழ் மக்கள் ஒன்று கூடினார்கள். பல தலைவர்களும், பெரியாரும் இந்தியைப் புகுத்துவதைக் கண்டித்தும், அதனால் ஏற்படும் கேடுகளை விளக்கியும் பேசினார்கள்.

பெரியாருடைய பேச்சு தமிழ் இளைஞர்களை ஆவேசங்கொள்ளச் செய்தது. இந்தியை எதிர்த்துப் போராடிய இளைஞர்கள் சிறையில் அடைக்கப்பட்டார்கள். ஆயிரக்கணக்கான இளைஞர்கள் சிறிதும் அச்சம் கொள்ளாமல் சிறைப்பட்டார்கள்.

தாளமுத்து - நடராசன் என்ற இரண்டு இளைஞர்கள் சிறையில் இறந்து போனார்கள். அதனால் இந்தி எதிர்ப்பு வேகம் கொண்டது.

தமிழ்நாட்டுப் பெண்கள் மாநாடு ஒன்று சென்னையில் நடந்தது. அதன் தலைவர் நீலாம்பிகை அம்மையார். அவர்கள் தமிழ்த்தலைவர் மறைமலையடிகளின் மகள் ஆவார். திருமதி நீலாம்பிகையார் தலைமையில் நடந்த பெண்கள் மாநாட்டில் இந்தியை எதிர்த்துத் தீர்மானம் நிறைவேற்றப்பட்டது. அந்த மாநாட்டில் தான் ஈரோட்டு இராமசாமி அவர்களை, “நமது பெரியார்” என்ற பட்டத்தினை அளித்து நீலாம்பிக் கையம்மையார் முதன் முதலாகக் கூறினார்கள். அன்று முதல் எல்லோரும் பெரியாரைப் பெரியார் என்றே குறிப்பிட்டார்கள்.

தமிழ் மக்கள் இந்தியை எதிர்த்துப் போராடத் தூண்டியதற்காக பெரியாரை அரசாங்கம் சிறையில் அடைத்தது.

அந்த நேரத்தில் மற்ற தலைவர்கள் ஒன்று கூடி தமிழர் மாநாடு ஒன்றை நடத்தினார்கள். பெரியார் சிறையில் இருந்தமையால் மாநாட்டில் அவர் படம் ஒன்றை வைத்து அவர் தலைமையில் நிகழ்ச்சிகளை நடத்தினார்கள். பன்னீர்ச்செல்வம் அந்தக்காலத்தில் இருந்த மிகப்பெரிய தலைவர்களில் ஒருவர். அவர் மக்கள் தனக்குப் போடவந்த மாலைகளை வாங்கிப் பெரியார் படத்துக்கு அணிவித்தார். பெரியார்தான் நம் தலைவர்; அவருடைய தலைமையில் நாம் போராடுவோம்! வெற்றி பெறுவோம்! என்று முழக்கமிட்டார்.

சிறையில் இருந்த பெரியாருக்கு நோய் உண்டாயிற்று. அதனால் அரசாங்கம் அவரை விடுதலை செய்தது. ஓயாமல் உழைத்துக் கொண்டே இருந்தால் நோய் வராது. உழைக்காவிட்டால்தான் நோய் உண்டாகும். தமிழர்களுக்காக உழைத்து வந்த பெரியார் சிறைக்கம்பிக்குள் அடைபட்டு இருந்ததால் நோய் உண்டாயிற்று. வெளியில் வந்ததும் உழைக்கத் தொடங்கியதால் அவருடைய நோய் மறைந்து விட்டது. ஊர் ஊராகச் சென்று இந்தியை எதிர்த்தும், தன்மானக் கொள்கைகளை விளக்கியும் சொற்பொழிவாற்றினார்.

வெள்ளம் பாயாமல் இருப்பதில்லை. நெருப்பு பரவாமல் இருப்பதில்லை. அதுபோல் பெரியாரின் புரட்சிப் பேச்சும் எங்கும் பரவியது. இளைஞர்களுக்கு கிளர்ச்சி வீரம் ஊட்டியது. இந்தியை எதிர்த்துக் செய்தனர். சாதியை எதிர்த்துப் போராடினர். மதத்தையும் கடவுளையும் அகற்றப் பாடுபட்டனர். இவையெல்லாம் பெரியார் தமிழ் இளைஞர்களுக்குக் கொடுத்த பணிகள் ஆகும். அதை அந்தக்காலத்து இளைஞர்கள் சிறப்பாகச் செய்தார்கள்.

வெளிநாடுகளில் பெரியார்

தந்தை பெரியார் தமிழ்நாட்டில் மட்டுமல்லாமல் வடநாட்டிலும் சென்று பல ஊர்களில் தன்மானக் கொள்கைகளை விளக்கிப் பேசினார். பல வெளிநாடுகளுக்கும் சென்றார். ஆங்காங்குள்ள புதுக் கொள்கைகளையும், புரட்சிக் கருத்துக்களையும், அறிந்து கொண்டார். தன்னுடைய இயக்கத்தைப் பற்றியும் அதன் கொள்கைச் சிறப்புகளையும் அந்த வெளிநாட்டினர் அறியச் செய்தார்.

தந்தை பெரியார் ஜெர்மனிக்குச் சென்றார். அங்கு பொதுவுடைமைக் கொள்கையுள்ள பல சங்கத்தினரைச் சந்தித்தார்.

அதுபோலவே ஸ்பெயின் நாட்டிலும் பொதுவுடைமைக் கருத்துக்கள் பரவி வருவதை அறிந்தார்.

தந்தை பெரியார் ரஷ்யாவிற்குச் சென்றபோது அங்கு பொதுவுடைமை ஆட்சி நடந்தது. பொதுவுடைமை அரசாங்கம் அவரைச் சிறப்பு விருந்தினராக வரவேற்றது. பல நகரங்களுக்கும், தொழிற்சாலை களுக்கும், அழைத்துச் சென்றது. பொதுவுடைமைக் கொள்கையால் ரஷ்யா புதுவாழ்வு பெற்றிருந்தது.

மக்கள் எல்லாரும் சமத்துவமாக புதியவாழ்வு பெற்று, மகிழ்ச்சியாக இருந்தார்கள். குறுகிய காலத்தில் அந்தநாடு பெரிய வளர்ச்சி பெற்றிருந்தது. அங்கு பல கூட்டங்களில் பெரியார் பேசினார். தமிழ்நாட்டில் தன்மான இயக்கம் பரவி வருவதை ரஷ்ய மக்களுக்குக் கூறினார் அவர்கள் பெரியாருடைய பொதுநலக் கொள்கைகளைப் பெரிதும் பாராட்டினர்.

பெரியார் இங்கிலாந்துக்குச் சென்றார். அங்கு அப்போது தொழிற்கட்சி ஆட்சி நடத்தியது. அவர்கள் பெரியாருக்கு நல்ல வரவேற்பளித்தனர். தொழிற்கட்சியின் கூட்டம் ஒன்று நடந்தது. ஐம்பதாயிரம் தொழிலாளர்கள் கூடியிருந்தார்கள். தொழிற்கட்சித் தலைவர் ஒருவர் அங்கு அந்தக் கூட்டத்தில் பேசினார். அவர் தொழிற்கட்சி ஆட்சியில் தொழிலாளர் அடைந்த சிறப்புகளை விளக்கிப் பேசினார். பெரியார் அந்த கூட்டத்தில் பேசும்போது அவர்களைக் கண்டித்துப் பேசினார். ஏனெனில் அப்போது இங்கிலாந்து அரசாங்கம்தான் இந்தியாவை ஆண்டு கொண்டிருந்தது. இங்கிலாந்தில் தொழிலாளர்களுக்கு நன்மை செய்ததாகச் சொல்லுகிறீர்கள். உங்கள் ஆட்சியில் இந்தியாவில் உள்ள தொழிலாளர்கள் மோசமான நிலையை நீக்க என்ன செய்தீர்கள். அங்குள்ள தொழிலாளர்கள் உங்களுக்கு மனிதர்களாகத் தெரியவில்லையா? இந்தியச் சுரங்கங்களில் பத்துமணி நேர வேலைக்கு எட்டணா: கூலி கொடுக்கப்படுகிறது. அதே வேலைக்கு நாற்பதாயிரம் பெண்களுக்கு அஞ்சணாதான் கொடுக்கப்படுகிறது. இந்தக் கொடுமையை எல்லாம் நீக்க முன்வராத கட்சி தொழிற்கட்சி தானா!

இங்கிலாந்துத் தொழிலாளர்களே மனிதனுக்கு மனிதன் வேறுபாடு காணும் இந்தக்கட்சிகளை நம்பாதீர்கள். உலகத் தொழிலாளர்கள் எல்லோரும் சமம் என்ற நிலை வந்தால்தான் உண்மையான விடுதலை கிடைக்கும். என்று பேசினார். வெள்ளைக்காரர்கள் அயர்ந்து போனார்கள்.

இலங்கையில் இருந்த பெரிய தலைவர்கள் எல்லாம் பெரியாருக்குச் சிறந்த வரவேற்பு அளித்தனர். ஒவ்வொரு கூட்டத்திலும் தன்மானக் கருத்துக்களையும், பொதுவுடைமைக் கருத்துக்களையும் விளக்கிப்பேசினார். தொழிலாளர் நலம் குறித்தும் பேசினார்.

மலேயாவிற்குப் பெரியார் இரண்டு முறை போயிருக்கிறார். அங்குள்ள தமிழர்கள் பெரியாருக்கு மிகப்பெரிய ஆதரவு கொடுத்தனர். இன்றைக்கும் மலேயாவில் ஏராளமான தன்மான இயக்கத்தவர் இருந்து வருகிறார்கள். அந்தக் காலத்தில் ஒருவர் பேசும்பொழுது இடையில் ஏதாவது கேள்வி கேட்டால் பேச்சாளர்களுக்குக் கோபம் வரும். பெரியார் பேசும் கூட்டங்களில் கேள்வி கேட்பதே ஒரு சிறப்பாக இருக்கும். கேள்வி கேட்கக் கேட்க பெரியார் விறுவிறுப்பாகப் பேசுவார்.

ஒரு கூட்டத்தில் "சாமியை கல் என்கிறீர்களே இது சரியா?" ஒருவர் கேட்டார். "வாருங்கள் போய்ப் பார்ப்போம். அது கல் தான் என்பதைக் காட்டுகிறேன்" என்றார் பெரியார்.

அதற்கு அந்த மனிதர் "அந்தக்கல் மந்திரம் செபித்து சக்தி வரப்பெற்றது" என்று கூறினார். அதற்குப் பெரியார் அந்த மந்திரத்தைச் செபித்து வாடிக்கொண்டிருக்கும் ஒரு ஏழை மனிதனுக்கு சக்தி வரச் செய்யுங்களேன். அவனாவது நன்றாக இருப்பானே" என்று கேட்டார்.

இன்னொரு கூட்டத்தில் "சாமியை வணங்கக் கூடாது என்கிறீர்கள். அப்படியானால் எதை வணங்குவது?" என்று ஒருவர் கேட்டார்.

"வணங்குவது, அடிமைத்தனத்தின் அடையாளம். எதையும் வணங்க வேண்டாம். சுதந்திரமாக வாழுங்கள்" என்று பதில் அளித்தார்.

பெரியார் பர்மிய நாட்டில் நடந்த உலக புத்தமத மாநாட்டிற்குச் சென்றிருந்தார். அங்குள்ள தொழிலாளத் தோழர்கள் மிகப்பெரிய வரவேற்புக் கொடுத்துச் சிறப்பித்தார்கள்.

பர்மா திராவிட முன்னேற்றக் கழகம் என்ற பெயரில் தொழிலாளர்கள் அங்கே தன்மானக் கொள்கைகளைப் பரப்பி வந்தார்கள். இந்நூலாசிரியர் அப்போது பர்மாவின் தலைநகரான இரங்கூனில் வசித்து வந்தார். இந்நூலாசிரியரே அந்த இயக்கத்தின் செயலாளராக இருந்தார். 'பொன்னி' என்ற தமிழ் இலக்கிய இதழின் துணை ஆசிரியராக இருந்தபோது பெரியார் இந்நூலாசிரியரை

அறிந்திருந்தார். நூலாசிரியரின் அன்பு வேண்டுகோளுக்கு இணங்கிப் பெரியார் அந்த வரவேற்பைப் பெருமையோடு ஏற்றுக் கொண்டார்.

தமிழ்நாட்டின் மூலைமுடுக்கெல்லாம் சிறிதும் ஓய்வில்லாமல் சென்று புதுக்கருத்துக்களை விதைத்தவர் பெரியார். பட்டிதொட்டி எங்கும் பெரியார் ஏற்படுத்திய விழிப்புணர்ச்சி தமிழ் மக்கள் முன்னேற்றத்திற்கு அடிப்படையாகும். இன்று தமிழ்நாட்டில் பெரும்பாலான மக்கள் பழைய பழக்க வழக்கங்களை விட்டுவிட்டார்கள். எதையும் அறிவோடு சிந்திக்கிறார்கள். மக்கள் யாவரும் ஒரே நிலையினர் என்ற கருத்து நிலவுகிறது. இதற்கெல்லாம் பெரியாரின் ஓயாத உழைப்புத்தான் காரணமாகும்.

மணியம்மையார்

அன்னை நாகம்மையார் இருந்த வரை பெரியார் தன்னைப்பற்றிக் கவலைப் படாமல் இருந்தார். திராவிடர் கழகத்தைப் பற்றியும், நாட்டைப்பற்றியுமே அவருடைய கவலையெல்லாம் இருந்தது. 1933ம் ஆண்டு மே 11ம் நாள் அம்மையார் மறைந்தார். அன்னையார் தன்னைப் பற்றியோ, தன் உடல் நலத்தைப் பற்றியோ சிறிதும் சிந்திக்கவில்லை. கணவர் நலமே தன் நலமெனக் கருதி வாழ்ந்து வந்தார். கணவர் விருப்பமே தன் குறிக்கோளாகக் கொண்டிருந்தார்.

படிப்பில்லாத அம்மையார் பெரியாரின் துணையாய் ஆனபின் அவருடைய கொள்கையே தன் கொள்கையாக ஏற்றுக் கொண்டார். பெரியாருக்குத் தொண்டு செய்வதே தனது வாழ்க்கைத் திட்டமாக அன்னையார் கொண்டிருந்தார்.

ஏறத்தாழ ஓராண்டு காலம் பெரியார் வெளி நாடுகளில் பயணம் செய்தார். அந்தக் காலத்தில் அம்மையார் வீட்டில் தனியே இருந்தார். கணவருக்காக உழைக்க முடியாமலும், கணவர் அருகில் இல்லாமலும் அம்மையார் உடல் நோயுற்றது. அந்த நோயே வளர்ந்து அவர் உடலைத் தளரச் செய்தது. இறுதியில் இறந்து போனார்.

அன்னை. நாகம்மையார் இறந்த போது. பெரியாருக்கு வயது 54. முதுமைப் பருவம் தொடங்கி விட்டது. தொடர்ந்து கூட்டங்களுக்குப் போவதும், கொள்கை விளக்கங்கள் பேசுவதுமாக உழைத்துக் கொண்டிருந்த பெரியாருக்கு, அவர் உடல் நலத்தைக் கவனிக்க நேரமில்லாமல் இருந்தது.

அவருடைய நிலையை அறிந்து, அவருக்குத் தொண்டு புரிய முன்வந்தார் ஒரு பெண்மணி. அவர்தான் மணியம்மையார்.

மணியம்மையாருக்கு இளம் வயது. ஆயினும் நாட்டுத் தொண்டாற்றும் பெரியாருக்குத் தொண்டு செய்யும் பணியினை ஏற்றுக் கொண்டார்.

திருமணம் செய்துகொள்ள வேண்டும் என்றோ, மற்ற பெண்களைப்போல் இல்லற வாழ்வு நடத்த வேண்டும் என்றோ அவர் நினைக்கவில்லை. கொள்கைக்காக வாழும் பெரியாருக்காக வாழ்வதே தம் கொள்கையாகக் கொண்டு விட்டார்.

1949 ஆம் ஆண்டு, தம் எழுபத் தோராம் வயதில் பெரியார் எதிர்காலத்தைப் பற்றி எண்ணினார். தந்தையார் ஈட்டிய ஏராளமான சொத்துக்கள் இருந்தன. திராவிடர் கழகத்திற்காக அவர் சேர்த்துவைத்த சொத்துக்களும் பணமும் நிறைய இருந்தன. இவையாவும் வீண்போகாமல் இருப்பதற்கு ஓர் ஏற்பாடு செய்ய வேண்டும் என்று எண்ணினார்.

அவருக்கு மிக மிக உண்மையாக இருந்தவர் மணியம்மையார். அவர் நலம் பேணுவதில் கண்ணும் கருத்துமாக இருந்தவர் மணியம்மையார்.

மணியம்மையாருக்கு பண ஆசையோ, நகை ஆசையோ, துணி ஆசையோ வேறு எந்த விதமான ஆசைகளோ கிடையாது. பெரியாருக்குத் தொண்டு செய்யும் கடமை ஒன்றிலேயே கண்ணும் கருத்துமாய் இருந்தார்.

யாரையும் எளிதில் நம்பாத பெரியார், தமது நம்பிக்கைக்கு உரிய ஒருவராக முற்றிலும் நம்பியது மணியம்மையார் ஒருவரைத் தான். தனக்குப் பிறகு தன் சொத்துக்களைக் காப்பாற்றும் பொறுப்பையும், தன் கொள்கைகளை வளர்க்கும் பொறுப்பையும் அந்த இளம் பெண்ணான மணியம்மையாரிடம் ஒப்படைக்க முடிவு செய்தார்.

மணியம்மையாரைத் தன் வாரிசு ஆக்க விரும்பினார். இந்திய நாட்டுச் சட்டப்படி ஓர் ஆண்பிள்ளையைத் தான் தத்து எடுத்துக் கொள்ள முடியும். பெண்பிள்ளையைத் தத்து எடுக்க முடியாது.

மணியம்மையை தன் வாரிசு ஆக்க வேண்டும் என்றால், அவரைத் திருமணம் செய்து கொண்டு, மனைவி என்ற நிலையில் வைப்பது ஒன்றுதான் சட்டப்படி இயன்றதாய் இருந்தது.

வேறு வழியில்லாததால், மணியம்மையைத் தன் வாரிசு ஆக்குவதற்காக 1949 ஆம் ஆண்டு சூலை மாதம் ஒன்பதாம் நாள் சட்டப்படி அவர் பதிவுத் திருமணம் செய்துகொண்டார்.

ஏழையாக வாழத் தொடங்கிய வெங்கட்டர் உழைத்து உழைத்து உருவாக்கிய பெரும் சொத்துக்களும், வாழ்நாள் முழுவதும் தாம்

பாடுபட்டு உருவாக்கிய கழகமும், பிற்காலத்தில் பேணிக் காக்கப் படுவதற்காக, பெரியார் இந்தத் திருமணம் செய்து கொள்ள வேண்டியதாயிற்று.

பெரியார் எண்ணியவாறெ, அவருக்குப் பிறகு தன் பொறுப்பை, கடமை யுணர்வோடு ஒழுங்காகச் செய்துவந்தார் மணியம்மையார்.

பெருமைக்குரிய பெரியார்

இதுவரை பெரியாரின் வாழ்க்கை வரலாற்றைச் சுருக்கமாகப் படித்தோம். இதிலிருந்து நாம் தெரிந்து கொள்வது என்ன?

பெரியார் பல போராட்டங்களை நடத்தினார் சங்கிலித் தொடர்போல அவர் நடத்திய போராட்டங்கள் அமைந்தன.

வகுப்புரிமைப் போராட்டம், இந்தி எதிர்ப்புப் போராட்டம். அரசியல் சட்ட எரிப்புப் போராட்டம். பிள்ளையார் சிலை உடைப்புப் போராட்டம், இராமர் படம் எரிப்புப் போராட்டம், நீதி மன்றக் கண்டனப் போராட்டம். கம்பராமாயணத்தைக் கொளுத்தும் போராட்டம், பிராமணாள் ஓட்டல் என்ற பெயரை அகற்றும் போராட்டம். இப்படித் தம் வாழ்நாள் முழுவதும் போராடிப் போராடி வெற்றி பெற்றார்.

இவற்றிலிருந்து நாம் அறிவது என்ன? பெரியார் தமிழ்மக்களின் இழிவைத் துடைத்து ஏற்றம் தரவே இந்தப் போராட்டங்களைத் தொடர்ந்து நடத்தினார். இங்கு யாரும் இந்த முயற்சியைச் செய்யாததால் நான் என் கடமையாக ஏற்றுக் கொண்டு செய்தேன் என்று பெரியார் குறிப்பிட்டுள்ளார்.

தீண்டாமை ஒழிய வேண்டும். தாழ்த்தப்பட்டோர் மக்களாக நடத்தப்பட வேண்டும்.

மக்கள் எல்லாரும் சமமாக வாழ வேண்டும்.

ஒருவரை யொருவர் ஏமாற்றியோ, சுரண்டியோ வாழக் கூடாது.

சட்டமன்றம், நீதிமன்றம் ஆகியவை மக்கள் நல்வாழ்வுக்குப் பாதுகாப்பாக இருக்க வேண்டும். மக்களை மோசம் செய்பவர்களுக்குத் துணையாய் இருக்கக் கூடாது.

இப்படிப்பட்ட நல்ல எண்ணங்கள் படைத்தவர் பெரியார்.

தந்தை பெரியாரை நாம் இழந்த நாள் **24-12-1973.**

டில்லியிலும், உத்தரப்பிரதேசத்திலும், பீகாரிலும், மகாராஷ்டிராவிலும், வங்காளத்திலும், குஜராத்திலும், ஆந்திராவிலும்

கேரளாவிலும் இப்படி மற்ற மாநிலங்கள் அனைத்திலும் உள்ள தாழ்த்தப்பட்ட ஒடுக்கப்பட்ட மக்கள் பெரியாரை நன்றியோடு நினைக்கிறார்கள். அவர் தங்களுக்காகப் போராடியதை எண்ணி அவரைப் பெருமைப் படுத்துகிறார்கள்.

உத்தரப்பிரதேசத்தில் இன்று உள்ள அரசு 'பெரியார் சதுக்கம்' என்ற ஓர் இடத்தில், தாழ்த்தப்பட்ட மக்களுக்காகப் போராடிய அயந்து பெரும்தலைவர்களுக்குச் சிலை வைத்துப் பெருமைப்படுத்தியது. அதில் நம் பெரியாரும் ஒருவர்.

இன்று நம் தமிழர் தலைவராக விளங்கும் தளபதி வீரமணி அவர்கள், ஆயிரக்கணக்கான திராவிடர் கழகத்தினருடன் சென்று, அந்த விழாவில் கலந்து கொண்டு, அந்த மக்களின் நன்றி உணர்வைக் கண்டு பூரித்துப் போய்விட்டார்.

இப்படி நாடெல்லாம் போற்றும் பெரியாரை நாமும் போற்றுவோம்.

அவர் காட்டிய வழியில் நின்று, கடவுள், மதம், சாதி. வேதம். புராணம், சாஸ்திரம் ஆகிய தீமைகளை ஒழித்துக் கட்டுவோம். அறிவு வழி நடப்போம்.

மக்கள் யாவரும் சமம் என்ற எண்ணத்தோடு யாவரும் ஒன்றாக ஒற்றுமையாக நன்றாக வாழுவோம்!

வாழ்க பெரியார்!

வாழ்க மாந்தர் நேயம்!

வாழ்க தமிழ்நாடு!